Ông lão đánh cá và con Cá vàng

NHÀ XUẤT BẢN VĂN HỌC
Số 18 Nguyễn Trường Tộ, Q. Ba Đình, TP. Hà Nội
Tel: (024) 37161518 - (024) 37163409 - Fax: (024) 38294781
Website: www.nxbvanhoc.com; www.nxbvanhoc.vn
E-mail: tonghopvanhoc@vnn.vn
* Chi nhánh tại TP. Hồ Chí Minh
Số 290/20 Nam Kỳ Khởi Nghĩa, Quận 3, TP. Hồ Chí Minh
Điện thoại: (028) 38469858 - Fax: (028) 38483481
* Văn phòng đại diện tại Đà Nẵng
Số 344 Trưng Nữ Vương, TP. Đà Nẵng
Điện thoại - Fax: (0236) 3888333

Chịu trách nhiệm xuất bản : TS.Nguyễn Anh Vũ
Biên tập   : Nguyễn Thị Hồng Hạnh
Biên tập Phúc Minh Books: Thùy Dương
Vẽ bìa   : Điền Dũng
Sửa bản in   : Phùng Ngọc Hương
Trình bày   : Nguyễn Hồng
Theo dõi in   : Quang Dũng

Liên kết xuất bản:
CÔNG TY CP ĐẦU TƯ TM & PHÁT TRIỂN PHÚC MINH
Miền Bắc: Số A10, Lô 4, ĐTM Định Công, Q. Hoàng Mai, TP. Hà Nội
Tel/Fax: (024) 3640 8818 - Hotline: 0985 570 398 - 0962 574 848
Miền Nam: Số 183 Nguyễn Hữu Dật, P. Tây Thạnh, Q. Tân Phú, TP. Hồ Chí Minh
Tel/Fax: (028) 6296 3839 - Hotline: 0985 570 398 - 0962 574 848
Email: phucminhbooks@gmail.com - Website: http://phucminhbooks.com
Fanpage: phucminhbooks - phucminhkids - Tuần Của Bé

In 2500 cuốn, khổ 24 x 21 cm tại Công ty Cổ phần In Công Đoàn Việt Nam.
Địa chỉ: Lô B2. KCN Nam Thăng Long, Q. Bắc Từ Liêm, TP. Hà Nội.
ĐKXB số: 4093-2017/CXBIPH/07-261/VH
QĐXB số: 1767/QĐ-VH cấp ngày 17/11/2017
Mã ISBN: 978-604-957-787-1
In xong và nộp lưu chiểu quý IV năm 2017

The fisherman and the golden Fish

Ông lão đánh cá và con Cá vàng

Lời: Yên Bình - Điển Dũng
Minh họa: Điển Dũng

NHÀ XUẤT BẢN VĂN HỌC

Ngày xưa, có một ông lão
đánh cá nghèo. Một hôm,
ông quăng lưới mãi mà chẳng
được gì ngoài rong rêu.

Once there was an old and poor fisherman. One day, he spread his net but caught nothing but moss and seaweed.

Trong lúc ông tuyệt vọng thu mẻ lưới cuối cùng định quay về thì thấy trong lưới có một chú cá vàng tuyệt đẹp.

While he was hopelessly retrieving the net one last time, he saw a beautiful golden Fish caught in his net.

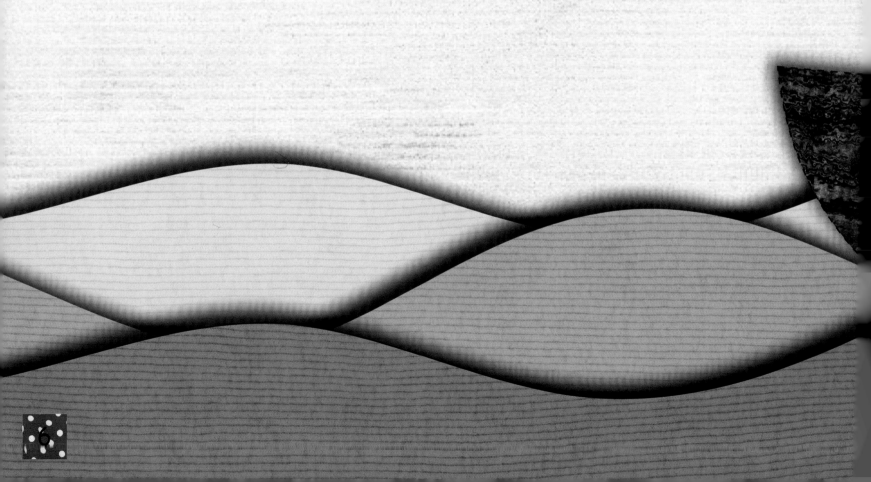

Cá vàng liền cầu xin: "Ông lão tốt bụng ơi, xin ông thả tôi ra. Ơn này tôi sẽ không bao giờ quên!"

"Oh kind-hearted man, please let me go! I will be forever grateful!" The golden Fish begged.

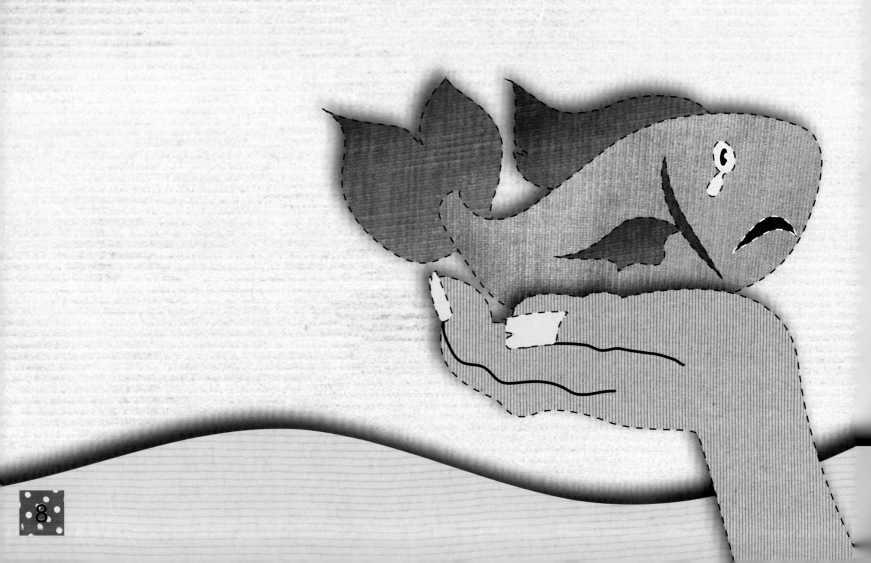

Ông lão bèn thả Cá vàng trở về với biển và bảo: "Không cần phải trả ơn, Cá vàng hãy mau bơi đi, lần sau nhớ cẩn thận đấy!"

The man freed the Fish back to the sea and said: "You don't need to repay me. Golden Fish, swim and be more careful next time."

Nghe ông lão kể lại câu chuyện, bà vợ ông quát lớn: "Sao ông dại dột thế! Mau tìm Cá vàng xin một cái máng ăn cho lợn. Cái máng của nhà hỏng rồi!"

As the old man told the story, his wife shouted: "How foolish you are! Find the golden Fish and ask for a new trough for the pig! Our trough is broken!"

Ông lão ra biển gọi Cá vàng. Cá vàng ngoi lên bảo:
"Ồ, ân nhân của tôi, vợ ông đã có nó rồi đấy!"

The man came to the sea and
called the Fish. He appeared
and said: "Oh my benefactor,
she already had it!"

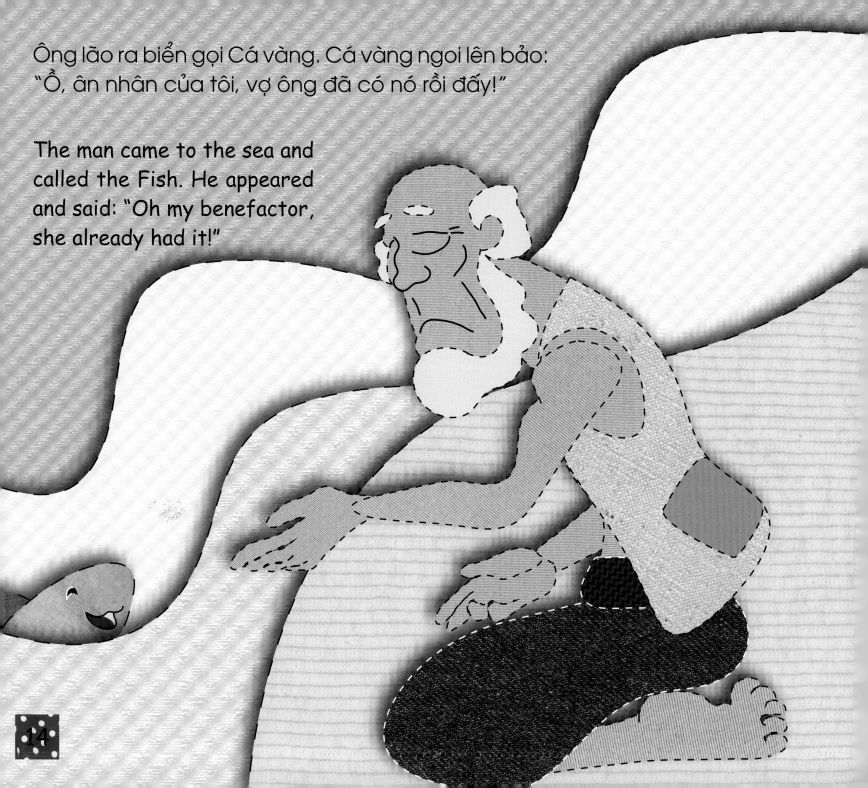

Ông lão về đến nhà thấy bà vợ đang kinh ngạc ngắm nghía cái máng mới và reo lên: "Ôi đẹp quá!"

Then he came home and saw his wife marveling at the new trough. "Isn't it beautiful?" She said.

Nhưng bà ta vẫn chưa hài lòng, lại muốn có một căn nhà mới. Cá vàng cho bà ta nhà. Bà ta lại đòi cả một tòa lâu đài.

But she wasn't satisfied, she wanted a new house. The golden Fish gave her a house. Then she required a castle.

Hết lần này đến lần khác, ông lão cầu xin sự giúp đỡ của Cá vàng. Bà vợ tham lam của ông vẫn không dừng lại. Bà ta muốn trở thành Nữ hoàng.

Again and again, the old man asked for the help of the golden Fish. The greedy wife didn't stop. She wished to be Queen.

Rồi bà ta lại muốn được làm Chúa tể của đại dương. Lần này, khi ông lão vừa đặt chân đến biển, biển động dữ dội, Cá vàng biến mất ngay trước khi ông lão kịp cất lời.

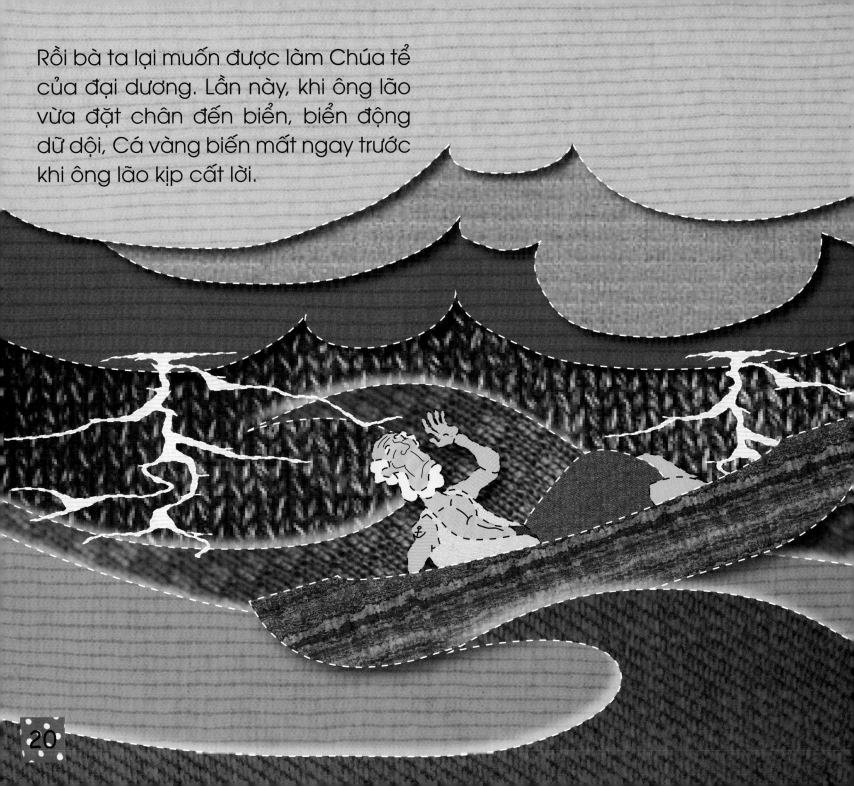

Then she wished to be Lord of the sea. This time, when he reached the sea, the waves were rough and the golden Fish disappear before he could say a word.

21

Ông lão về đến nhà, mọi thứ đã trở lại như cũ: ngôi nhà xiêu vẹo, cái máng sứt mẻ, còn bà vợ mặc bộ váy áo cũ đang lúi húi dọn dẹp. Ông lão chỉ còn biết thở dài buồn bã.

He came home to see everything come back to the way they were: the tottering sack, the broken trough and his wife cleaning in her old clothes. There was nothing he could do but sadly signed.

THỬ TÀI CỦA BÉ

Bé hãy kể lại câu chuyện dựa theo thứ tự các tranh dưới đây:

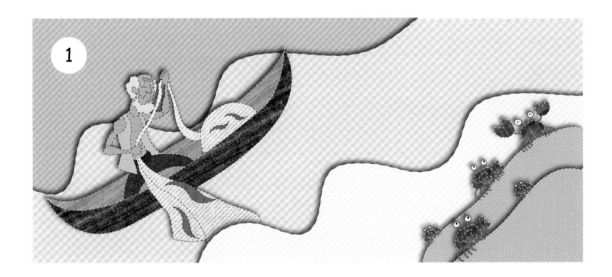

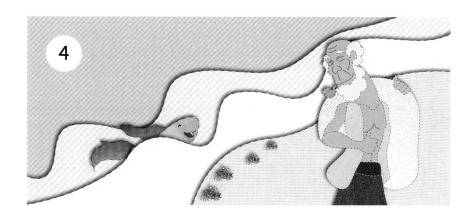

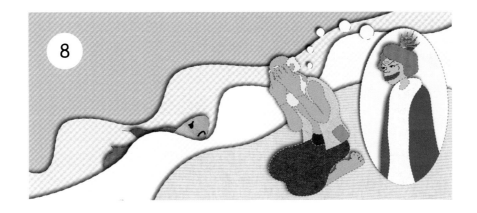

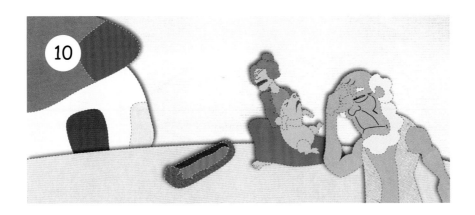